Gaya's gift

Angking Galing ni Gaya

Story by/Kwento ni
JENNY EVANS

Illustrations by/Guhit ni
JUNN ESTEBAN

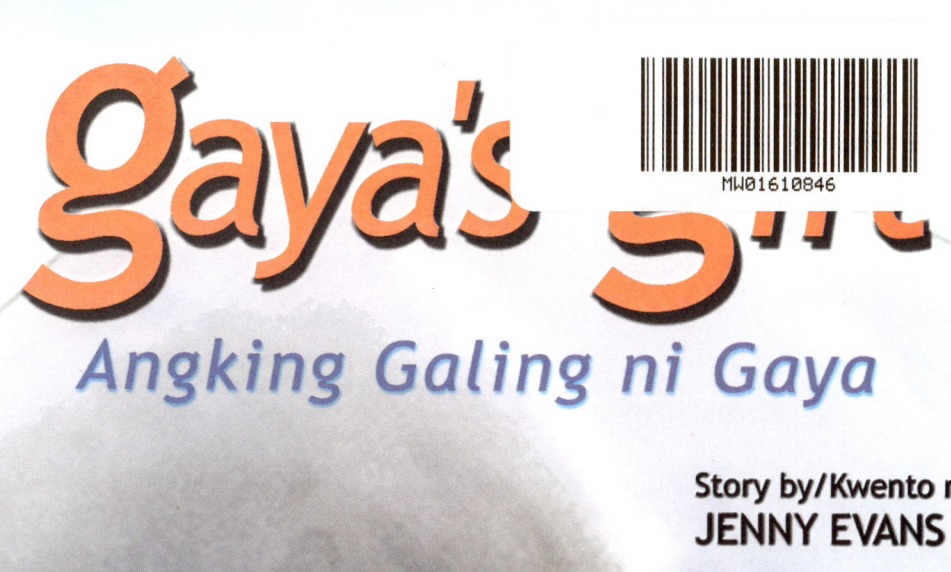

HIYAS
Children's
Collection

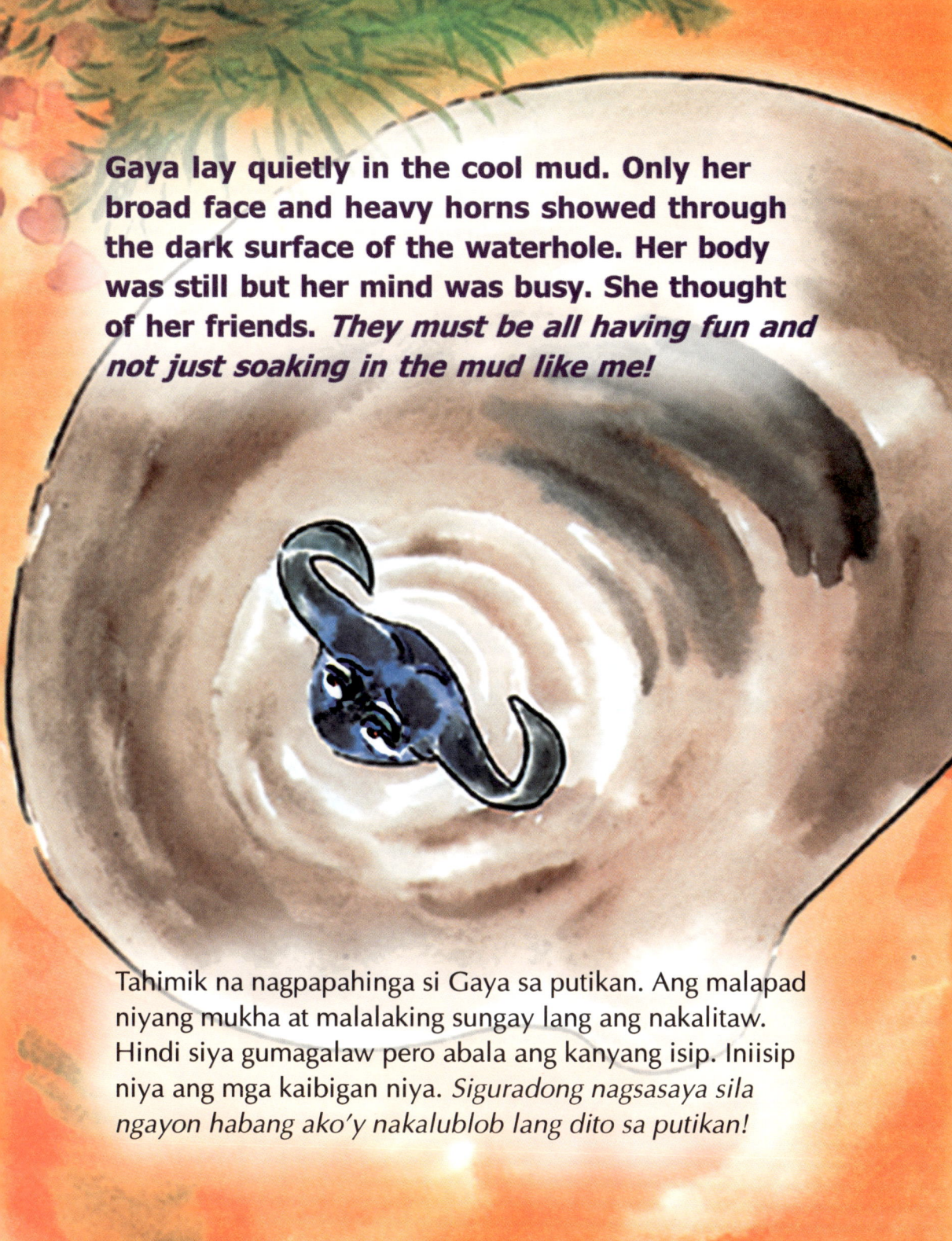

Gaya lay quietly in the cool mud. Only her broad face and heavy horns showed through the dark surface of the waterhole. Her body was still but her mind was busy. She thought of her friends. *They must be all having fun and not just soaking in the mud like me!*

Tahimik na nagpapahinga si Gaya sa putikan. Ang malapad niyang mukha at malalaking sungay lang ang nakalitaw. Hindi siya gumagalaw pero abala ang kanyang isip. Iniisip niya ang mga kaibigan niya. *Siguradong nagsasaya sila ngayon habang ako'y nakalublob lang dito sa putikan!*

Her round eyes watched Ina Ibon in her flight. With her wings spread wide, Ina soared easily on a gentle breeze.

Lumaki ang kanyang mabibilog na mata nang makita niya si Ina Ibon na lumilipad sa hangin.

4

I wish I could fly! What if I flap my ears? Maybe I could. She climbed slowly out of the waterhole. Her dark body was sticky with fresh mud. She shook her head wildly. Clumps of wet clay spattered onto the ground. Her head began to ache.

Sana nakakalipad din ako! Ano kaya kung ipagaspas ko ang tainga ko?Baka puwede! Dahan-dahan siyang umahon mula sa putikan. Nanlalagkit ang kanyang katawang punong-puno ng putik. Ipinagpag niya nang malakas ang kanyang ulo kaya't nagtilamsikan ang putik sa lupa. Bigla tuloy sumakit ang ulo niya.

This isn't working. Maybe if I rinse off this mud, my ears could move faster. She clomped across the road. On the other side was a creek. She moved into the water and leaned her head back. Now only her big, round eyes and soft nose were showing. Soon, her body was shiny and clean. Once again, she tried to flap her ears to fly. She swung her head back and forth as hard as she could. Her heavy, curved horns sliced the air. She looked like she was getting ready for a fight.

Walang nangyayari. Siguro kung huhugasan ko ang putik, mas mabilis na gagalaw ang tainga ko. Lumakad si Gaya papunta sa kabilang dako kung saan may batis. Pumunta siya sa may tubig at dahan-dahang lumusong. Inilublob niya ang kanyang katawan hanggang sa ang kanyang mga mata at ang ilong na lamang ang nakikita. Maya-maya pa ay malinis na siya. Muli niyang ipinagaspas ang kanyang mga tainga at sinubukang lumipad. Iwinasiwas niya ang kanyang ulo sa hangin na para bang may kaaway.

Suddenly, she heard Perly Pato laughing behind her. "Quack-quack-quack-quack-quack!"

"You've won!" she cackled. "The war is over, so you can stop fighting now."

"You don't understand," she whined softly. "I was hoping I could catch the wind like Ina and fly!"

Perly squealed with laughter. "A flying carabao? Now, wouldn't THAT be a pretty sight? Your big, heavy body would make a huge shadow on the ground!"

Gaya was quiet. Maybe Perly was right. *My ears aren't big enough for wings anyway. I couldn't shake my head hard enough either. Also, how could I see while shaking my head?*

Bigla niyang narinig si Perly Pato na di mapigil ang pagtawa. "Kwak-kwak-kwak-kwak-kwak! Oo na, panalo ka na!" putak ni Perly Pato. "Tapos na ang giyera kaya huminto ka na."

"Hindi mo naiintindihan," ang malungkot na sagot ni Gaya. "Gusto ko sanang makalipad tulad ni Ina Ibon."

Lalong natawa si Perly. "Lumilipad na kalabaw? Ano kaya ang hitsura ng isang lumilipad na dambuhala na may napakalaking anino sa lupa?"

Natigilan si Gaya. *Tama nga yata si Perly. Sabagay, hindi nga masyadong malaki ang tainga ko. At isa pa, hindi ko maiwasiwas nang mabilis ang ulo ko. At paano ako makakakita habang iwinawasiwas ko ang ulo ko?*

Perly cocked her head and took another long look at Gaya. Then she turned to waddle away.

"Wait!" Gaya called. Perly turned around to face her friend.

"Could you teach me how to float?" Gaya asked.

"Sure," she quacked. "Floating is a lot easier than flying."

Tiningnan muli ni Perly si Gaya at paika-ikang itong lumayo.

"Hintay!" tawag ni Gaya. Lumingon si Perly sa kanyang kaibigan.

"Puwede mo ba ako turuang lumutang sa tubig?" tanong ni Gaya.

" Oo ba," putak ni Perly. "Mas madaling lumutang kaysa sa lumipad!"

Perly stepped into the water. It rippled around her as she paddled her feet. Soon she was in the middle of the creek. Circling around a rock, she returned to the shore where Gaya waited.

"It's as easy as that!" She grinned. "Just sit up straight and keep your head high."

Gaya wanted to learn. She had spent half of her life in muddy water. Until now, she had always kept her feet on the bottom of the creek. To float, she would have to sit on the water and kick her legs. *That would be fun!* Gaya thought.

Lumusong si Perly sa tubig at marahang kumampay hanggang sa makarating siya sa gitna ng batis. Nagpaikot-ikot siya sa batuhan bago bumalik sa pampang kung saan naghihintay si Gaya.

"Ganoon lang kadali!" sabi niya. "Umupo ka lang nang tuwid at itaas mo ang ulo mo."

Gustong-gusto matuto ni Gaya. Lagi na lamang siyang nakalublob sa putikan. Hanggang ngayon, hindi niya pa naiaangat ang kanyang paa mula sa ilalim ng batis. Upang makalutang, kailangan niyang umupo sa tubig at ikampay ang mga paa. *Masaya siguro iyon!* isip ni Gaya.

Gaya waded into the creek.
Deeper and deeper she went until the
water reached her shoulders. With her
wide hips she lowered herself down into
the current. She felt her tail brush the river
bottom. Suddenly, Gaya slipped on a loose stone.
Perly watched as her pupil's big, black head—
horns and all—disappeared beneath the surface!
"Paddle! Paddle with your legs! Quick!
Hurry!" She squealed into the ripples where
she had watched her friend sink. She swam
to the right, then to the left.

Lumusong si Gaya sa batis. Palalim nang palalim ang
tubig hanggang sa umabot na ito sa kanyang balikat.
Sinubukan niyang gawin ang itinuro ng kanyang guro.
Habang papaupo siya ay naramdaman niya ang kanyang
buntot sa ilalim ng batis. Pero biglang nadulas si Gaya!
Nakita ni Perly na lumubog ang ulo, sungay at katawan ng
kanyang tinuturuan. Hindi na ito makita!
"Kumampay ka! Ikampay mo ang mga paa mo! Dali!
Bilis!" piyok ni Perly. Sumisigaw ito sa tubig kung saan
lumubog ang kanyang kaibigan. Lumangoy si Perly
papunta sa kanan, pagkatapos ay sa kaliwa.

After several moments of panic, Gaya's feet found the bottom of the creek. She came up coughing and blowing steamy water from her dripping nose.

"I thought you said this was easy!" Gaya sputtered.

"Your feet are too big. You need thin, broad ones like mine," Perly explained.

"No more floating lessons for me!" Gaya hurried up to munch some fresh grass.

Makaraan ang ilang sandali ng takot, muling lumitaw si Gaya, umuubo at sumisinga ng tubig.

"S-ss-sa-bbi mo mma-dd-da-lli lang!" pautal niyang sinabi.

" Masyado kasing malaki ang mga paa mo. Kailangan mo siguro ng payat at malalapad na paa tulad ng sa akin," paliwanag ni Perly.

"Ayoko na!" Nagmadaling umakyat si Gaya. Kakain na lang siya ng sariwang damo.

17

While her eyes were close to the ground, Gaya spotted Noni Neho. Noni was hopping along on the other side of the road.

"Maybe I could learn to hop!" She lifted her head to watch the rabbit more closely. She saw that unlike Perly, Noni had four legs. *Hopping requires only earth, not sky or water. It looks easy enough.*

Gaya pulled her back legs close to her front feet. With a loud grunt, she gave a sudden leap. While Noni had landed gently and on all four feet, Gaya was not so lucky.

Habang ang mga mata niya'y nakatitig sa lupa, nakita ni Gaya si Noni Neho. Lumulundag si Noni sa kabilang dako ng kalsada.

"Aha! Puwede siguro akong matutong lumundag!" Iniangat niya ang kanyang ulo at pinagmasdan nang mabuti ang kuneho. Napansin niyang di tulad ni Perly, si Noni ay may apat na paa. *Sa paglundag, kailangan ko lang ng lupang matatapakan, hindi ng tubig o langit. Mukhang madali.* Inilapit niya ang kanyang dalawang hita sa likuran sa mga hita niya sa harapan. Umigik siya nang malakas at biglang lumundag. Ngunit di tulad ni Noni na lumapag sa lupa ang apat na paa, hindi ganoon ang nangyari kay Gaya.

Her horns, which were usually in the air, were now stuck in the dirt. She was upside down in the grass! Bruised, sore and very angry with herself, Gaya slowly stood up.

Ang kanyang mga sungay, na laging nakataas, ay tumusok sa lupa. Nahulog siya sa mga damuhan nang pabaliktad! Puno ng pasa ang katawan at galit na galit sa kanyang sarili, dahan-dahang tumayo si Gaya.

She limped towards the house. Boy Baboy was there noisily eating his lunch.

"Oink! Oink! Where have you been, Gaya?" Boy asked.

Paika-ika siyang naglakad papalapit sa bahay. Naroon si Boy Baboy na maingay na kumakain.

"Ngork!Ngork! Saan ka galing Gaya?" tanong ni Boy.

23

"I'm trying to learn how to do something. I am always just lying in the mud. I can't do anything!" A tear slid down her face and dripped onto the ground.

"It doesn't matter what you're doing," said Boy. "Just do it well and don't give up. I only eat, but I'm trying to do my best at eating!" Gaya noticed Boy's round body and chubby face. He was truly a hearty eater!

24

"Sinusubukan kong mag-aral ng iba't ibang bagay. Lagi na lang kasi akong nasa putikan. Wala na akong ibang alam na gawin!" Tumulo ang luha sa pisngi ni Gaya at pumatak sa lupa.

"Gaya, hindi mahalaga kung ano ang ginagawa mo," igik ni Boy Baboy. "Basta gawin mo ito nang mahusay at huwag kang uurong. Ako nga kain lang ako nang kain pero ginagawa ko ito nang mahusay." Napansin ni Gaya ang malaking katawan at mabilog na mukha ni Boy. Magaling nga itong kumain!

Gaya was thinking about what Boy said as she moved towards a big basin of water. Working so hard had made her very thirsty.

"Gaya!" She stopped and turned to see Mang Juan coming from the house.

"We have a special job to do," he said. He threw a rope around her neck and led Gaya to a waiting sled. "Missus is sick. She needs to go to the doctor in town. She cannot walk. You are big and strong and sure-footed. You can help me take her to the clinic."

Lumapit si Gaya sa malaking palanggana ng tubig. Iniisip niya ang sinabi ni Boy. Nauhaw siya dahil sa hirap ng mga ginawa niya.

"Gaya!" Napatigil si Gaya sa narinig. Nakita niya si Mang Juan na naglalakad galing sa bahay.

"May kailangan tayong gawin," ang sabi ni Mang Juan. Tinalian niya si Gaya at inakay papunta sa naghihintay na kariton. "May sakit si Misis. Kailangan niyang pumunta sa duktor sa bayan. Hindi siya makalakad. Dahil malakas ka at maaasahan, matutulungan mo akong dalhin siya sa klinika."

Mang Juan helped his wife onto the sled. He slipped the guide rope onto Gaya's head. Then he seated himself on her broad back.

Isinakay ni Mang Juan ang asawa sa kariton. Isinukbit niya ang renda sa ulo ni Gaya at sumakay sa kanyang likuran.

Gaya was suddenly glad for her heavy body and big feet. She moved slowly, dragging the sled smoothly over the trail. Noni hopped off the trail to allow the sled to pass. Gaya heard her say to Perly, "Nobody else could do that!"

Tuwang-tuwa na ngayon si Gaya na malaki ang kanyang katawan at malalaki ang kanyang mga paa. Dahan-dahan siyang naglakad habang hinihila ang kariton sa daan. Nakita niyang lumundag si Noni sa tabi ng kalsada para makadaan ang kariton. Narinig ni Gaya nang sabihin nito kay Perly, " Ang galing talaga ni Gaya! Walang ibang makakagawa niyan kundi siya lamang!"

Gaya swished her brushy tail and smiled to herself. Her whistled tune sounded like a low moan. But she didn't notice. *I don't have to be like anybody else. I can help others just by being me!*

Pinasagitsit ni Gaya ang buntot at ngumiti. Ang kanyang sipol ay parang ungol pero hindi niya ito napansin. Masaya siya sa kanyang iniisip. *Alam ko na ngayon. Hindi ko na kailangang maging katulad ng iba. Kaya ko din palang makatulong bilang Ako!*

32